இவளுக்கு
இவள் என்றும் பேர்

கார்த்திகா

உயிர்மை
பதிப்பகம்

விலை ரூ. 50

உயிர்மை பதிப்பக வெளியீடு : 325

இவளுக்கு இவள் என்றும் பேர் ✗ கவிதைகள் ✗ ஆசிரியர்: கார்த்திகா ✗ © கார்த்திகா ✗ முதல் பதிப்பு: டிசம்பர் 2010 ✗ வெளியீடு: உயிர்மை பதிப்பகம், 11/29 சுப்பிரமணியம் தெரு, அபிராமபுரம், சென்னை –600 018 தொலை பேசி : 91 – 44 – 24993448, மின்னஞ்சல் : uyirmmai@gmail.com, இணையதளம்: www.uyirmmai.com ✗ அச்சாக்கம் : மணி ஆஃப்செட், சென்னை 600 005

IvaLukku ivaL endrum Per ✗ Poems ✗ Author : Karthika ✗ © Karthika ✗ Language: Tamil ✗ First Edition : Dec.2010 ✗ Demy 1x8 ✗ Paper : 18.6 kg maplitho ✗ Pages: 88 ✗ Published by : Uyirmmai Pathippagam, 11/29 Subramaniam Street, Abiramapuram, Chennai - 600 018, India. Tele/ Fax : 91-44 -24993448, e-mail : uyirmmai@gmail.com, Website: www.uyirmmai.com ✗ Printed at Mani Offset, Chennai 600 005 ✗ Price : Rs. 50

ISBN : 978-93-81095-14-0

கார்த்திகா

கார்த்திகா (1982) சொந்த ஊர் திருநெல்வேலி. தமிழில் முதுகலைப் பட்டமும் M.Phil பட்டமும் பெற்றவர். கல்கி வார இதழில் சிறிதுகாலம் பணியாற்றியவர். தற்போது வசிப்பது பெங்களூரில். இது இவரது முதல் கவிதைத் தொகுப்பு.

Email - karthikaneya@gmail.com

என் முகுந்துக்கு...

பொருளடக்கம்

1. நம் நிலவின் பயணம் — 9
2. ஒரு துளியின் பல மழைகள் — 10
3. முன்னறிவிப்பின்றி... — 11
4. மீண்டும் வரும் கோடை — 12
5. மழை நாளில் உலா வந்த காற்று — 13
6. தீராத மழை — 14
7. வழி நெடுக அம்மா அப்பா — 15
8. குட்டித் தவளை நினைத்தது — 16
9. இரயிலினுள் மழை — 17
10. சிறுமிகள் நிறைந்த என் தெரு — 18
11. ஊடல் — 19
12. எல்லார்க்குமாம் மழை — 20
13. விடுதிக் குறிப்பு-1 — 21
14. விடுதிக் குறிப்பு-2 — 22
15. விடுதிக் குறிப்பு-3 — 23
16. மழை துவங்கிய அரட்டை — 24
17. என்னைக் குழந்தையாக்கிய கட்டில் — 25
18. பொக்கெட் ஷாப்பில்... — 26
19. மொட்டைமாடி விளையாட்டு — 27
20. நேரம் சரியாக... — 28
21. நானும் நானும் — 29
22. உலராத் துளிகள் — 30
23. கனவில் திரியும் உயிர் — 31
24. அண்ணன்களாகிவிட்ட அண்ணன்கள் — 32
25. மிகச் சிறிய மாற்றம் — 33
26. ஏன் அப்படி? — 34
27. பாவம் என் தனிமை — 35
28. வெயில் வாசனை — 36
29. எல்லா மழையும் மழையல்ல — 37
30. உடுக்கை நட்பு — 38
31. உருகும் சொல் — 39
32. ஈரம் உலரா கதைகள் — 40
33. ஒவ்வொன்றும் ஒன்றும் — 41
34. இழையும் நட்பு — 42
35. மழை பெய்யாத மழை நாள் — 43
36. கொடி ரோஜாக்கள் — 44
37. பள்ளிக்கூண்டு — 45
38. இரவும் பறவையும், நானும், பிறையும் — 46

39.	குற்றவாளியின் சாயல்	47
40.	கல்யாணத்தெரு	48
41.	நானும் அழகாய்த்தான் இருந்திருப்பேன்	49
42.	இரவைத் தின்ற வார்த்தைகள்	50
43.	முள்ளின் மனம்	51
44.	மிச்சமிருக்கும் பரஸ்பரமல்லாத ஒன்று	52
45.	ஆரஞ்சுப் புன்னகை	53
46.	தோல்வியின் பதிவு	54
47.	சொல்லாமல் போனது	55
48.	தூஉம்...	56
49.	தேவதைகளின் மொழி	57
50.	வட்ட வட்டக் கனவு	58
51.	பொய் புனை பருவம்	59
52.	மெய்ம்மையின் சங்கேதம்	60
53.	மரபுவழிக் கதைகள்	61
54.	நத்தையின் சலனம்	62
55.	அந்நிய நிழல்	63
56.	இவளுக்கு இவள் என்றும் பேர்	65
57.	தற்செயல் தவறுகள்	66
58.	தனிச்சுற்றுக்கு மட்டும்...	67
59.	தொழில்நுட்பம்	68
60.	பேசாத முத்தம்	69
61.	மிச்சமிருக்கிறது சூரியன்	70
62.	ரகசிய வாசல்கள்	71
63.	நீல நிறக் கனவு	72
64.	காக்கை விடு தூது	73
65.	கோடை விளையாட்டு	74
66.	காரணமல்லாத காரணம்	75
67.	கனவில் வந்த தூக்கம்	76
68.	என் கோப நிலா	77
69.	தீராத் தேடல்	78
70.	பொன்மாலைப்பொழுது...	79
71.	நதி நிலவு	80
72.	நட்சத்திரக் கதைசொல்லி	81
73.	மரமகள்	82
74.	கலாப்ரியாவின் தாலாட்டு	83
75.	வெந்து தணிந்தது	84
76.	கல் தவளை	85
77.	காட்சிப் பிழை	86

நம் நிலவின் பயணம்

உன் கடலின் மேல் எழுந்த
நிலவினது பிம்பம்
என் ஆற்றின் மேல் விழுந்தது.
பின் யார் மலையிலேனும்
துயிலக்கூடும் அந்நிலவு.

24.05.2008

ஒரு துளியின் பல மழைகள்

தங்க அரளி இதழ்களில்
தங்கி நிற்கும் ஒரு துளி
நினைவூட்டிவிடுகிறது
தவற விட்ட எல்லா மழையையும்.

14.06.2008

முன்னறிவிப்பின்றி

இருப்புப் பாதையின்
நடுவே கிடந்தது
உணவுப் பொட்டலம்.
முன்னறிவிப்பின்றி வந்தது
எறும்பு ரயில் வண்டி ஒன்று.

24.06.2008

மீண்டும் வரும் கோடை

கோடைகால இரயில்கள் எல்லாம்
குழந்தைகள் சிறப்பு இரயில்களாய்த் தோன்றும்.
விடுமுறை முடிந்தபின் இரயில்கள்
வெறிச்சோடிப் போய்விடுகின்றன
கல்லூரி மாணவர்களின்
கலகலப்பு மிச்சமிருந்தும்.

24.06.2008

மழை நாளில் உலா வந்த காற்று

மழை இரயிலேறிச் சென்றபின்
உலர்ந்துகொண்டிருந்தது
கல் இருக்கைகளில்
உலாத்தியவாறு காற்று.

24.06.2008

தீராத மழை

ஜன்னல் கம்பிகள்
செலவழிக்கின்றன
சற்றுமுன் சேமித்த மழையை.

06.07.2008

வழி நெடுக அம்மா அப்பா

பாதை எங்கிலும்
பயணங்களில் பார்க்கும்
மின்கடத்தும் கோபுரங்கள்
நினைவூட்டும்
குழந்தைகள் வரையும்
அம்மா அப்பா ஓவியங்களை.

14.07.2008

குட்டித் தவளை நினைத்தது

அதிகாலை எழுந்து பின்முற்றக் கதவைத்
திறந்த போது பார்த்தேன்.
அரையளவு நிரம்பிய சிவப்பு நிற வாளியில்
அழுக்குப் பச்சை நிறக் குட்டித் தவளை ஒன்று
அசைந்து கொண்டிருந்தது.
அவ்வளவு பெரிய வாளியில்
அது எப்படி விழுந்திருக்கக் கூடும் என்று
எண்ணிக் கொண்டிருந்தேன் நான்.
எப்படி வெளியேறுவது என்று
நினைத்திருக்கக் கூடும் அது
என்னை முறைத்த போது.

14.07.2008

இரயிலினுள் மழை

மழைக்குப் பயந்து
கண்ணாடி ஜன்னலை
அடைத்த பிறகுதான்
அன்னை மடியிலிருந்து திரும்பி
அருகிருந்த என்னைப் பார்த்தான்.
இடமின்றி நின்றவாறு வந்த
எல்லோரையும் பார்த்தான்.
சாமான்களுக்கான மேலிருக்கைகளில்
அமர்ந்து வந்த சிலரை,
எதிர் இருக்கைப் பெண்ணின்
இளஞ் சிவப்பு நிற கைப்பையை,
என் துப்பட்டாவின் பூ வேலைப்பாட்டை,
முன்னும் பின்னும் அசைந்தவாறு படிக்கும்
மூன்றாம் இருக்கை மாணவியை,
அதை, இதை, எதையும் பார்த்தான்.
பார்வையாலும், வார்த்தையாலும்,
ஸ்பரிசத்தாலும், சிரிப்பாலும்
கண நேரத்தில் எல்லோரையும்
கவர்ந்து விட்டான் தனித்தனியே.
இறங்கும் நேரம் நெருங்க
எழுந்து நின்ற தாய் - எனக்குப்
பறக்கும் முத்தம் ஒன்று
கொடுக்கச் சொன்னாள்.
கைகளில் நெடு நேரம் சேமித்த முத்தத்தைக்
கையோடே கொண்டு செல்வானோ என நினைத்தபோது
கைகளை விரித்தான்.
காற்றில் கலந்த முத்தம் என்
கன்னத்தைச் சேர்ந்தது.
கம்பார்ட்மெண்டில் எல்லோர்
கன்னங்களையும் தான்.
காற்றில் ஈரப்பதம் கூடி விட - அவன்
இறங்கிச் சென்றபின் பெய்யத் துவங்கியது
இரயிலினுள் மழை.

02.08.2008

சிறுமிகள் நிறைந்த என் தெரு

விடுமுறை நாளொன்றில்
தெருவெங்கும் தூறல் போல் இலையுதிர்க்கும்
கீழை வீடுகளின் மரங்களின் உச்சியில்
வெயில் வீசும் நேரத்தில்,
வாசலில் அமர்ந்து - புத்தகம் ஒன்றை
வாசிக்கும் பாவனையில் கவனித்தேன்
சிறுமிகளால் நிறைந்து
களை கட்டும் என் தெருவை.
குட்டி மிதி வண்டி ஓட்டிச் செல்லும் ஒரு சிறுமி,
நெட்டிலிங்க மரத்தருகே கயிறாடும் ஒரு சிறுமி,
முற்றத்தில் கயிற்று ஊஞ்சல் ஆடுகிற ஒருத்தி,
எட்டி நின்று ஆட்டி விட அவள் பின்னே இன்னொருத்தி,
ரிங்கா ரிங்கா ரோசெஸ் ஆடுகிற மூவர்,
சுற்றி நின்று ரசிக்க அங்கு பல நேயர்,
தாயின் கை பற்றித் தத்திச் செல்லும் இங்கொருத்தி,
மாடியில் நின்று கொண்டு பட்டம் விடும் அங்கொருத்தி.
வாசிக்கும் பாவனையில்
கவனிக்கும் போது தோன்றியது
விடுமுறை நாளில் என் தெருவில்
வேறு யாருமே இல்லை சிறுமிகளன்றி.
கவிஞர் யாரேனும்
கடந்து சென்றால் என் தெருவைக்
கவிதையில் பதிவு செய்யக்கூடும்
சிறுமிகளால் நிறைந்திருக்கும் தெரு என்று.
எனது கவலை எல்லாம் ஒன்று தான்,
புத்தகம் வாசிக்கும் சிறுமியாக
பதிவு செய்யப்படலாம்
என் பெயரும் தவறாக என்று தான்.

02.08.2008

ஊடல்

'க்கூ க்கூ' என்றழைத்த குயிலுக்கு
'குக்கு குக்கு குக்கு' என்று
கோபத்தில் பதிலிறுத்தது
பேடைக் குயில்.

02.08.2008

எல்லார்க்குமாம் மழை

இருவழிச் சாலையின்
ஒருவழியில் தென்படும்
மழையின் தடயங்கள்.
கிழக்கே மழை பெய்த சேதியைக்
கசிந்து சென்றிருந்தன
மேற்கே செல்லும் பேருந்துகள்.

23.08.2008

விடுதிக் குறிப்பு - 1

நான்காம் வேற்றுமைக்குச்
சான்று தரச் செல்லவில்லை.
எழுதுகோல் வாங்கத்தான் சென்றேன்.
என்றாலும்
'வீட்டுக்கு, வீட்டுக்கு' என
எழுதிப் பார்த்தேன்.
விடுதியில் இருக்கிறேன் நான் இப்பொழுது.

23.08.2008

விடுதிக் குறிப்பு - 2

என் அறையின்
குறுக்கே விழும்
சாளரத்தின் வழி
சாயும் நிலவொளி
இரவின் நீளத்தை
அளந்து சொல்லும்.

காலைப் பனியில்
கதவருகே பூத்திருக்கும்
தங்க அரளி மலர்கள்
தனிமை ஏக்கம் தரும்.

எதிரே தெரியும்
கட்டடப் பின்புறங்களில்
இளைப்பாறும் புறாக்கள்
எதிர்பாராத போது
தலை திருப்பிப் பார்ப்பது
தோழமை உணர்வு தரும்.

இழப்புகள் பழக்கித்தரும்
எதிர்பாரா நட்பு தரும்
வேதனை மகிழ்ச்சி
விடுதி வாழ்க்கை.

03.09.2008

விடுதிக் குறிப்பு - 3

பக்கத்தில் படுக்க வைத்து
தட்டிக் கொடுத்தாலும்
கட்டிப்போட்டாலும்
கதை சொல்லிப் பார்த்தாலும்
காலில் விழுந்து கேட்டாலும்
கண் மறைத்து ஓடிவிட
அடம்பிடிக்கும் தூக்கம்,
எடுத்துக்கொள்ளச் சொல்லி
ஏங்குகிற குழந்தைபோல்
எல்லா அறைகளையும்
எட்டிப் பார்த்து ஏமாந்து
என்னிடமே திரும்புகையில்
இரவு விடிந்திருக்கும்.

24.01.2009

மழை துவங்கிய அரட்டை

மனம் விட்டுப் பேசியவாறு
மழையில் நனைந்து வந்தோம்.
சாலையோரக் கடைக்காரர்
சற்று நின்று போகச் சொன்னார்.
மடக்கி வைத்திருந்த குடைகளை
மறைத்து வைத்தவாறு
மறுபடி தொடர்ந்தது அரட்டை.
ரயில் கிளம்ப சில நிமிடம் இருக்க
இடைவெளி விட்டது மழை.
ஓடிச் சென்று ஏறிக்கொண்டு
விருப்பமில்லாதது போல்
விரும்பி அமர்ந்து கொண்டோம்
மழை நனைத்த இருக்கைகளில்.
ஒடுங்கிக் கொண்டும் நடுங்கிக் கொண்டும்
ஓய்ந்து போன மழையை எண்ணி
ஒன்றும் பேசாமலே இருந்தோம்.
ரயில் நகரத் தொடங்கியபோது
மீண்டும் அரட்டையைத் துவங்கி வைத்தது
அப்போது பெய்யத் துவங்கிய மழை.

03.09.2008

என்னைக் குழந்தையாக்கிய கட்டில்

சதுரமும் அன்றி செவ்வகமும் அன்றி
நாற்கரமாய் இருந்தது
நான்கு படுக்கைகள் கொண்ட விடுதி அறை.
இடது சுவரோரமாய் இருந்த
எனது கட்டிலை
எப்படி திருப்பினாலும்
இடைவெளி இருந்தது
சுவருக்கும் கட்டிலுக்கும்.
வேறெப்படியும்
மாற்ற முடியுமா அல்லது
வேறு கட்டிலுக்கு நான்
மாறி விடுவதா என்றெண்ணியவாறே
தூங்கிப் போனேன்.
புரண்டு படுத்தபோது
கட்டில் இடைவெளியில்
கை விழுந்து ஊசலாடியது,
குப்புறப் படுத்துக்கொண்டு
தொட்டிலில் விளையாடிய
குழந்தை நாட்களை நினைவூட்டியது.
பின்
அப்படியே இருக்கட்டும் என
விட்டுவிட்டேன் கட்டிலை.

03.09.2008

பொக்கெட் ஷாப்பில் ...

கண்ணாடிக் கதவில்
முட்டிக் கொண்டிருக்கும்
வண்ணத்துப்பூச்சி.

23.09.2008

மொட்டைமாடி விளையாட்டு

கொஞ்ச நேரம் உலாவச் செல்கையில்
கோபித்துக் கொண்ட குழந்தை போல்
மௌனித்து இருக்கும்
மரங்களின் இலைகளிலே.
பார்த்திருந்து அலுத்துவிட்டு
படியிறங்கப் போகையிலோ
கொஞ்சித் தோள் தொட்டுக்
கூப்பிட்டு - என்னை
அல்லாடவிடும் இந்தப்
பொல்லாத தென்றல்.

02.10.2008

நேரம் சரியாக...

வீட்டின் அறைகள் யாவற்றிலும்
கடிகாரம் இருப்பது பெருமைதான்
நேற்று முன்தினம் வரை.
நேற்று முற்பகலில்
பாத்திரம் ஒன்றை அடுப்பிலேற்றி
பத்து நிமிடத்தில் இறக்கும்
பணி கிட்டியது.
சமையலறையில்
சரியான நேரம் பார்த்து விட்டு
கூடத்துக்கு வந்தேன்.
குழம்பிப் போனேன்.
மூன்று நிமிடம்
முன்னே சென்றது
கூடத்துக் கடிகாரம்.
சமையலறை, கூடம் என
மாற்றி மாற்றி மணி பார்த்து,
தலைசுற்றிப் போய்
தாழ்வாரம் வந்து
தாம்புக் கயிற்றில் தொங்கும்
ஊஞ்சலில் சாய்ந்தேன்.
தாழ்வாரத்துத் தலையாட்டும் கடிகாரமோ
தயங்கித் தயங்கித்
தலையசைத்து ஐந்து நிமிடம்
தாமதமாய்ச் சென்றது.
சரியான நேரமெனைச்
சனி போல் பின்தொடர
படுக்கையறைக்குள் சென்றேன்.
பல்லிளித்தவாறே
பத்து நிமிடம் முன்னே
பாய்ந்து சென்றது
கோமாளிக் கடிகாரம்.
சரியான நேரத்தைச்
சரி செய்யும் என் ஆய்வில்
முடிவு கண்டேன்
காய்கறியில் நீர் வற்றித்
தீயும். மணம் வந்தபோது.
'நேரம் சரியாக இப்போது' என்று
சொல்லிமுடிக்கப்படும் நேரம் ஒன்று
இல்லை இல்லை எப்போதும்.

02.10.2008

நானும் நானும்

வெயில் மிதக்கும்
மூங்கில் காடுகளின்
துளைகளுக்குள்
புகுந்து புகுந்து புறப்படும்
ஒற்றைக்குயில் பாடும் ராகம்.
பகல் முழுவதும்
பாடலில் லயித்த சூரியன்
கூடு திரும்பும் வேளையில்
ஒற்றைக்குயிலுக்குத் துணை நான்தானோ?
ஒற்றைக்குயிலே நான்தானோ?

05.10.2008

உலராத் துளிகள்

கொடிகளில்
காய்ந்துகொண்டிருக்கும்
மழைத் துளிகள்.
உடைகளை
உலர்த்த
காத்துக்கொண்டிருக்கிறேன்.

08.11.2008

கனவில் திரியும் உயிர்

நீ சிந்திச் சென்றிருந்த
ஓரிரு அன்புச் சொற்களை
என் கனவு வெளியெங்கும்
கொத்தித் திரிந்தவாறு
இருக்கிறது ஒரு பறவை இன்னும்.

11.11.2008

அண்ணன்களாகிவிட்ட அண்ணன்கள்

தோள்களிலே எனைத் தூக்கி
'உப்புமூட்டை' என்றவர்கள்

சலிக்காமல் நாள்தோறும்
பல கதைகள் சொன்னவர்கள்

விளையாட்டில் வலிந்து சேர்த்து
தோற்கடித்துச் சிரித்தவர்கள்

முகம் சிவந்து அழுதபோது
முத்தமிட்டுத் தணித்தவர்கள்

கடற்கரையில் கைப்பிடித்து
அலையாடிக் கழித்தவர்கள்

ஏனென்றே தெரியாமல்
'யானை-பானை' என்றெல்லாம்

செல்லப் பெயரிட்டுச்
சீண்டி ரசித்தவர்கள்

இப்போது இயற்பெயரால் கூட
அழைப்பதில்லை என்னை.

அண்ணன்களாகிவிட்டார்கள்
என் அண்ணன்கள்.

15.11.2008

மிகச் சிறிய மாற்றம்

நெடுநாள் கழிந்து
சென்றபோதும்
நேற்றுதான்
பார்த்தது போல்
இருந்தது
எனது ஊர்.
எந்த மாற்றமும் இல்லாமல்
எல்லாரும்
எல்லாமும்.
பறவைகள்
மனிதர்கள்
பாதைகள்
நதி
உதயம்
அஸ்தமனம்.
ஒன்றும் பெரிய மாற்றமில்லை
சாலைகள் கொஞ்சம்
கருத்திருந்தன
மலைகள் கொஞ்சம்
மெலிந்திருந்தன
என்பதைத் தவிர.

10.12.2008

ஏன் அப்படி?

ஒவ்வொரு முறை
ஊர் திரும்பும்போதும்
வெகு தொலைவு
நகர்ந்திருக்கிறது
எப்போதும்
அங்கேயே இருக்கும்
என் ஊர்.

17.12.2008

பாவம் என் தனிமை

வெற்றுத் தரையில்
வெயிலைக் குறிவைத்து
மொட்டை மாடியில்
இறங்கின சில புறாக்கள்.
நான் விசிறிப்போட்ட
நினைவுகளை - அவை
கொத்தத் துவங்கியபோது
குருதி வழிய
விலகிச் சென்றது
என் தனிமை.

20.12.2008

வெயில் வாசனை

மேகங்கள் உலர்ந்து கொண்டிருக்கும்
மழைக்குப் பிந்தைய நாளின்
இளங்கதிரில்
மரக்கிளைகளில் ஊடுருவும்
முதல் கீற்றில் மிதக்கும்
தூசுகளில்
துவைத்து உலர்த்திய
ஆடைகளின் தூய
நூலிழைகளில்
மதிய நேர மைதான
விளையாட்டின்பின்
முழங்கால் புழுதியில்
மாலை நேரத்து
வாயில்களெங்கும்
நீர் தெளிக்கப்படுகையில்
எழுகின்ற வெயிலின் வாசம்
எழுந்து கொண்டிருந்தது
வீட்டு வாசலில்
விழுந்து கிடந்த
காய்ந்த சருகினின்றும்.

20.12.2008

எல்லா மழையும் மழையல்ல

இலைகளில் பனித்துளிபோல்
வீழ்ந்து தூய்மையாக
மலர்களில் தேன்துளிபோல்
நுழைந்து இனிமையாக
குழந்தையின் முத்தம்போல்
தீண்டி மென்மையாக
கனவின் இசையைப்போல்
வழிந்து மயங்கச் செய்த
அந்தி மழை அத்தனை சுகமாயில்லை.
என் ஊரிலும் இப்போது மழை பெய்கின்றதாம்!

10.01.2009

உடுக்கை நட்பு

தோழன் தோளில்போல்
வாஞ்சையோடு
கைபோட்டிருந்தது
பக்கத்துக் கொடியில்
என் சட்டை.

18.02.2009

உருகும் சொல்

உறைபனிக் கத்தி போல்
செருகிக் கொண்டாய்
உன் உரையாடல்களோடு
சிலவேளை நான் பரிமாறும்
மௌனங்களை.
உன்னுள் அவை
உருகத் தொடங்கியபின் பார்
ஒருபோதும் நிற்காது
என் சொற்கள்.

18.02.2009

ஈரம் உலரா கதைகள்

ஒவ்வொருமுறையும்
உலராத ஈரத்துடன்
புதுப்புதுக் கதைகளைச்
சலிக்காமல் சொல்கிறது
சுவாரஸ்யமாகவும் - இந்த
வேலையற்ற மழை.

24.02.2009

ஒவ்வொன்றும் ஒன்றும்

ஒவ்வொரு துளியிலும்
மழை
என்னிடம்
ஒரே ஒரு குடை

04.03.2009

இழையும் நட்பு

ஏதோ ஒரு தருணத்தை
நினைவில் வைக்க
இழைநூல் ஒன்றை
துண்டுகளாக்கி
பத்திரம் செய்தோம்.
எத்தனையோ
ஆண்டுகள் கழிந்தும்
எதற்காக என்ற
காரணம் மறந்தும்
இந்த மெல்லிழை
இறுக்கிப் பிணைக்கிறது
தொலைதூரம் விலகிச் சென்ற
தோழர்களையும்.

09.03.2009

மழை பெய்யாத மழை நாள்

கருமேகம் சூழ்ந்து
காற்றும் கூட குளிர்ந்து
பொழுது கொஞ்சம் சாய
புத்தி மெல்ல மயங்க
முதல் துளிக்கு ஏங்கி
அண்ணாந்து வான் பார்க்கையில்
ஏமாற்றிச் செல்கிறது
ஏதோ நினைத்துக்கொண்ட மழை.

09.03.2009

கொடி ரோஜாக்கள்

ஓரிரு நாட்கள் பூக்கின்றன
இரண்டாம் மாடி பால்கனி தொட்டியில்
சிலவண்ண ரோஜாக்கள்.
முதல் மாடி பால்கனியில்
மலர்கின்றன அனுதினமும்
பலவண்ண ரோஜாக்கள்
இளம்தாய் உலர்த்தும்
சின்னஞ் சிறு உடைகளில்.

09.03.2009

பள்ளிக்கூண்டு

பால்மணம் வீசும் மேனியில்
பறவைக் கூண்டு வாசம் மெலிதாக
பள்ளி சென்று வந்த முதல் நாளில்.

21.03.2009

இரவுப் பறவையும், நானும், பிறையும்

"முதன்முதலாய் உன்னை
இப்போதுதான் பார்க்கிறேன்" என்றேன்
ஒரு மூன்றாம் பிறையிடம்.
"நானும் தான்" என்றது.
நான் பார்த்த பிறையைப்
பார்க்க வந்தமர்ந்தது ஓர் ஆந்தை.
அதையும் அப்போதுதான்
பார்க்கிறேன் என்றேன்.
"ஆமாம் நானும்" என்றது பிறையும்.

31.03.2009

குற்றவாளியின் சாயல்

உன் சிநேகம் கிடைத்தது
நான் எதிர்பாரா வேகத்தில்.
ஏற்றுக்கொள்ளத் தயங்குமளவு
இருந்தது உன் நேசம்.
எல்லாவற்றுக்கும் காரணம்
என் பெயரில் இருந்த
உன் காதலனின் சாயல்.
பின்னொரு நாள்
என் தோள்களில் சிந்திய
கண்ணீர்த் துளிகளால்
உன் காதலின் பிரிவைக் கூறினாய்.
அன்றிலிருந்து
உன் நேர்ப்பார்வை அஞ்சி
விலகிச் செல்கிறேன்.
தடயங்கள் ஏதுமற்ற காதலுக்கு
மௌன சாட்சியாக மாறியபின்
இப்போதெல்லாம் - யாரிடம்
என் பெயர் கூறும்போதும்
தொனிக்கிறது - ஒரு
குற்றவாளியின் சாயல்.

06.04.2009

கல்யாணத் தெரு

அணில்கள் விளையாடும்
ஆகாவழி மரம் ஒன்றும்
வண்ணத்துப்பூச்சிகள் வட்டமிடும்
அரளிச் செடி ஒன்றும்
அருகருகே வளர்ந்தன
புதிதாய் வந்த தெருவில்.
ஆச்சரியப்படும் வேகத்தில்
அரளிச் செடி வளர்ந்து
அந்த மரத்தின் கையை
எட்டிப்பிடித்த நாளில்தான்
எரியத் துவங்கியது தெருவிளக்கு.
கல்யாணத் தெரு போல்
களைகட்டி விட்டது இப்போது
மஞ்சள் வெளிச்சத்தில்
நனையும் தெரு.

06.04.2009

நானும் அழகாய்த்தான் இருந்திருப்பேன்

பத்திரப்படுத்தி வைத்த - என்
பழைய உடைகளை அணிந்தது
புதிய வரவான குழந்தை.
தொட்டிலில் கிடந்த என்னை
எட்டி நின்று நான் -
பார்ப்பது போலிருந்தது.

06.04.2009

இரவைத் தின்ற வார்த்தைகள்

இரவு ரயில் பயணமொன்றில்
பேச்சினிலே பேரார்வமென்று
அந்நிய மொழியில் அறிமுகமானான்
எதிர் இருக்கை சிநேகிதன்.
'டாவின்சி கோட்
இந்திய இலக்கியங்கள்
இரவு உணவு
சென்னை ஆட்டோக்கள்
தமிழகத் தந்தை
ஜெர்மன் தாய்
இங்கிலாந்து கல்வி'
இன்னும் ஏதேதோ
ஆல்கஹால் மணம் - என்
விழிகளில் பரவப் பேசிவிட்டு
உயர பெர்த்தில் படுத்துக்கொண்டான்.
உறக்கத்தின் ஊடே - ஏதோ
உணர்வு தீண்ட
திடுக்கிட்டு விழித்தேன்.
ஒருக்களித்துப் படுத்து
உற்றுப் பார்த்திருந்தவன்
விழிகளில் சந்தித்து
'டோன்ட் வொர்ரி' - என
வழிய விட்ட வார்த்தைகள்
உறிஞ்சிக் கொண்டிருந்த
மிச்ச இரவில்
என்னோடு விழித்திருந்தன - என்
போர்வையின் பொம்மைகளும்.

06.04.2009

முள்ளின் மனம்

வேடிக்கையான
விளையாட்டுப் பொருளானது
என் கைக்கடிகாரம்
குழந்தைக்கு.

காதருகே வைத்துக் கேட்டும்
கையில் கட்டிப் பார்த்தும்
கொஞ்சிப் பேசியவாறும்
முத்தம் கொடுத்துக் கொண்டும்
நட்பாகிவிட்டது கடிகாரத்தோடு.

வருத்தப்படாதவாறுதான் - அதைத்
திருப்பி வாங்கிக்
கட்டிக்கொண்டு வந்தேன்.

வருத்தமில்லையென்று
யார் சொன்னது என்றது
ஓடாமல் நின்ற கடிகார முள்.

பின்
ஓடத் துவங்கியது
எனது எந்த சமாதானத்துக்கும்
செவி கொடாமல்
வட்டப் பாதையினின்று குதித்து
குழந்தையின் வீடு நோக்கி.

25.04.2009

மிச்சமிருக்கும் பரஸ்பரமல்லாத ஒன்று

புறக்கணிப்புகளின் காயங்களைப்
புன்னகையின் பின்னால்
ஒளித்துக் கொண்டேன்.
கண்ணீர்த் துளிகளுக்குத்தான்
தேடிக் கொண்டிருந்தேன்
ஓர் இடம் - பின்
தீர்மானித்துக் கொண்டேன்
எதிர்ப்படும் ஒரு மழை நாளில்
தடயங்களின்றித்
தொலைத்துவிட வேண்டுமென்று.

பின்னொரு நாள் வந்தது
அந்த மழை நாள்
உன்னை எதிர்நோக்கியிருந்த
மழை நாட்கள்
இத்தனை கடுமையில்லை என
துக்கித்தவாறு.

திரட்டிச் சென்ற
கண்ணீர்த் துளிகளைக்
கரைத்த மழையில்
நனைந்தோ நனையாமலோ
வீடு திரும்பி
தலை துவட்டிக் கொண்டேன்.

தும்மல் எழுந்தது
என்னை நினைத்திருக்க
வாய்ப்பேயில்லாத
உன்னை
நினைவூட்டியவாறு.

25.04.2009

ஆரஞ்சுப் புன்னகை

ஆரஞ்சு நிலவாக ஒளிர்ந்த
அந்திச் சூரியன்
அலுவல் நேரம் தாண்டியும்
அகலாமல் நின்றது மேற்கில் -
ரசிக்கப்படாத ஏக்கத்தில்.

அனிச்சையாய் நகரும் கூட்டத்தில்
பரபரப்பான கடைவீதியின்
சாலையைக் கடக்கையில்
தற்செயலாய்
திரும்பிப் பார்த்து
திகைத்து நின்றபோது
ஸ்தம்பித்தது போக்குவரத்து.

புன்னகைத்தவாறே
கீழிறங்கத் தொடங்கியது
சூரியன்.

19.05.2009

தோல்வியின் பதிவு

தேவ தருணங்களைப்
பதிவு செய்ய முயலாதே
தோற்றுப்போவாய் என
எச்சரித்திருந்தாள்
வாகனத்தின் பின் சாளரம் வழியே,
சிறகுகளை மறைத்து
சிறு விரல்களை அசைத்து
எனை அழைத்து அருள்செய்த
என் குட்டி தேவதை.

29.05.2009

சொல்லாமல் போனது

வார்த்தைகள் எல்லாம்
வெறும் ஒலிக்குறிப்பாக
பரிமாறிக்கொண்ட
மௌனங்களின் இறுதியில்
உடைபட்டது நிசப்தம்
ஒரு கண்ணீர்த் துளியில்.

11.06.2009

தூஉம்...

இன்றும் நாம்
உணவாய் அருந்தினோம்
என்றோ பெய்த மழையைத்தான்.

05.08.2009

தேவதைகளின் மொழி

அந்த ஆறு வயது
இரயில்சிநேகிதனின் மொழி
இரகசியமானது
வார்த்தைகளைப் பரிமாறும் பயிற்சிக்கு
சென்று வருகிறான் அன்றாடம்.
என்றாலும் தீர்ந்ததில்லை அவன்
உரையாடல் எந்நாளும்.

முகம் திருப்பிக்கொள்வான்
முத்தமிட்டு மயக்கிடுவான்
தலை சாய்த்துப் புன்னகைப்பான்
தாய் மடியில் முகம்புதைப்பான்
உதடுகளை மடித்துவைத்து
'உம்'மென்று அமர்ந்திருப்பான்

அவன் மொழியோ
வசீகரமானது
வார்த்தைகளற்றது
வழக்குக்கு மிக மிகப் புதிது
தேவதைகளின் உலகில்
பயன்பாட்டில் இருக்கக்கூடும்

வார்த்தைகளை ஒளித்து வைத்து
கண்ணாமூச்சி ஆடும் அவன்
அசைவுகளின் அர்த்தங்கள்
மெல்ல மெல்ல அறிந்த பின்னும்
நிறம் மங்கிய மாலைகளில்
ஒவ்வொரு நாளும்
விடைபெற்றுச் செல்கையில் - அவன்
கையசைப்பில் உதிர்ந்துகொண்டுள்ளன
பரிச்சயமாகாத - இன்னும்
பலவண்ணச் சொற்கள்.

13.10.2009

வட்ட வட்டக் கனவு

பிரியமுள்ள பெண்மணிக்கு
பீங்கான் வளைகளோடு
பரிசளித்தேன் ஒரு புன்னகையை.
பெரிதாயிருப்பதாக அவர்
குறையின்றிச் சொன்ன நாளில்,
தோள் வரைக்கும் சென்ற வளைகள்
நானாக மாறி தனைக் கொஞ்சும்
கனவொன்றை அவர் கண்டிருக்கக்கூடும்.

பிறிதொரு நாள்
மீளக் கிடைத்த பரிசுகளில்
புன்னகைத்துக் கொண்டிருந்தன
பீங்கான் வளைகள்.
மணிக்கட்டை மீறாத வளைகளை
உடையாமல் அணிந்துகொண்ட அவ்விரவில்
ஒரு குழந்தையாக மாறி
அவர் தோள்களில் தவழ்ந்த
கனவினின்று விழித்தெழுந்தேன்

வட்ட வட்டமாகத்
தீர்ந்து கொண்டிருக்கிறது
அவ்விரவு மெதுவாக.

13.10.2009

பொய் புனை பருவம்

வியந்துகொண்டே இருக்கத்தான்
மாறுகின்றன பருவங்கள்;
மழைக் காலங்களில்
மழை பார்த்தும்
மற்ற காலங்களில்
மழை குறித்தும்.

இலையுதிர் காலங்களைக் குறித்து
வியப்பதற்கு ஏதுமற்றிருந்தது
சிறு தூறலை அது
நினைவூட்டும் வரை

பருவங்கள் எல்லாம் இப்போது
பொய் புனைந்து
நடமாடத் தொடங்கிவிட்டன
மழைப் பைத்தியம் கொண்டு

09.12.2009

மெய்ம்மையின் சங்கேதம்

மறுக்கப்படும் பகிர்தல்
மறதியின் மீதொளிரும் வண்ணப்பூச்சு
துயருறுவதாகக் காட்டும் பழம்மரபு
ஏளனப்புன்னகையின் முகமூடி
ஒரு ஒப்புதல் வாக்குமூலம்
சமாதான உடன்படிக்கை
போர் தொடுக்கும் முன்னான முரசறைதல்
தன்முனைப்பற்ற சரணடைதல்
குரூர தண்டனையின் ஒப்பனை முகம்...
யாதொன்றின் சங்கேதமாகவும்
சில பொழுதுகளில் வெளிப்படும் -
'மன்னித்து விடு'

10.12.2009

மரபுவழிக் கதைகள்

தீர்த்தக்கரைகளோடு
பேசிச் செல்லும்
தீராத கதைகளைக்
கடலில் சேர்க்கின்றன நதிகள்.
ஆதிநாள் முதல்
அவற்றைத்தான் ஓயாமல்
அலைகள் சொல்கின்றன
கரைகளுக்கு.
அதன்பிறகுதான்
குவியத் தொடங்கின
மணல்வெளியெங்கும்
மரபுவழிக் கதைகள் .

21.12.2009

நத்தையின் சலனம்

நத்தையின் சலனம் போல்
நகர்ந்திருக்கக்கூடும்
தொட்டாசுருங்கி இலைகள்
விரிவது போல்
விடிந்திருக்கக்கூடும்
அவ்விரவு.
நொடி முள்ளின் ஒரு நகர்வில்
கடந்ததாகத் தோன்றிய
நான் தூங்கியதாக
நினைவடுக்கில் பதிந்திராத
அந்த இரவில்
மீண்டுமொரு முறை தூங்கி
தேடவேண்டும் - அந்த
தொலைந்த இரவின் கனவுகளை.

05.01.2010

அந்நிய நிழல்

மேஜை விளக்கின்
மென் நிலவொளியில்
பைத்தியமாயிருக்க சில குறிப்புகளை
வாசித்துக் கொண்டிருந்தேன்
ஒரு முன்னிரவில்.

ஓரிரு குறிப்புகள்
ஒத்திருந்தன என்னோடு.

மின்சாரம் மெதுவாக
விடைபெற்றுச் சென்றபின்
மெழுகுவர்த்தி ஒளியில்
வாசித்து முடித்தேன்
மேலும் சில குறிப்புகள்.

சுவடின்றி அறைமுழுதும்
சூழ்ந்துவிட்ட நிலவொளி போல்
பயம் நுழைந்தது
மிக மெல்ல மனதில்.

வெறிகொண்டாற்போல்
துணிகளைக் கலைத்துப் போட்டு
மடித்து வைத்தேன்.

வெட்கம் கெட்டு
கொஞ்ச நேரம்
அழுது தீர்த்தேன்.

தயக்கம் துறந்து - நாம்
பகிர்ந்து கொண்ட தருணத்தை
நினைவடுக்கில் மெதுவாகப்
புரட்ட முயன்றேன்.

நம் ஆயுளின் வெட்கமெல்லாம்
குறுக்கிட்டு நின்றது அங்கே.

ஒரு பகிர்தல் நம்மை
அந்நியமாக்கிவிட்டது
வினோதம்தான்

திரைச்சீலை மெதுவாக
உயர்ந்து தாழ்கிறது
சுவரில் என் சாயை
படிந்து எழுந்து படிகிறது

நிழலுக்கும் தனியே
ஓர் உயிர் உண்டு என்று
நம்பியிருக்கவில்லை
நான் இதுவரை.

இப்போது எழுதிக்கொண்டிருக்கிறேன்
ஒரு பைத்தியத்தின் குறிப்புகளை

04.05.2010

இவளுக்கு இவள் என்றும் பேர்

கொஞ்சும் நேரங்களில்
குட்டிப் பாப்பா
சுட்டிப் பாப்பா
புஜ்ஜிக்குட்டி
அம்முக்குட்டி
செல்லப் பாப்பா
வெல்லக்கட்டி
பட்டுக்குட்டி
சிட்டுக்குருவி
ரெட்டைவால் குருவி;
கோபப்படும் நேரங்களில்
குட்டிச் சாத்தான்
பாம்புக்குட்டி
லூசு
பிசாசு
குட்டிப்பிசாசு
குரங்கு
இவளே சமயங்களில் அழைக்கப்படுகிறாள்
'இவளே' என்றும்.

16.08.2010

தற்செயல் தவறுகள்

தற்செயலான ஒரு மழைத் திவலை போல்
பரிசுத்தமான
புன்னகையை,
நேயத்தை,
ஏக்கத்தை,
கண்ணீர்த் துளியை,
பிறப்பை,
இறப்பை,
பிரிவை,
முத்தத்தை,
கோபத்தை,
தியாகத்தை,
துரோகத்தை,
மன்னிப்பை
மலர்த்திவைக்கும் ஆணையுடன்தான் துவங்கின
பிரபஞ்ச இயக்கங்கள் யாவுமே.

ஒரு எதிர்பார்ப்பில்
ஒரு காத்திருப்பில்
ஒரு அலட்சியத்தில்
ஒரு நிராகரிப்பில்
ஒரு புறக்கணிப்பில்
ஒரு போலச்செய்தலில்
புனிதத் தன்மையை இழந்துவிடுகின்றன யாவுமே

முன்னரே உணர்ந்திருந்தால்
தவற விட்டிருப்பாயா?
உன் சொற்கள்
என்னை மகிழ்த்தியிருக்கக்கூடும்
ஒரு தருணத்தை..?

26.04.2010

தனிச்சுற்றுக்கு மட்டும்...

கதவு திறந்த நண்பர்
கைகளை விரித்து,
'ஆ ஆ ஆ' என வரவேற்றார்.
புன்சிரித்த அவர் மனைவி,
'வுச்சு' என்றார்
இருக்கையைக் காட்டி.
இயல்பாகச் செய்வது போல்
நீவிக் கொண்டேன் காது மடல்களை.
தத்து பித்தென்று நடந்து வந்த
அவர்கள் மகன்
'புத்து புத்து' என்றான்.
புரியவே இல்லை எனக்கு - அவன்
புத்தகத்தில் என் கால் பட்டிருந்தது.
வேற்றுமொழிப் படம் பார்ப்பது போல்
வெறுமையான சில எதிர்வினைகளின் பின்,
தலைவாழை இலை போட்டு அழைத்தார்கள்,
'தச்சு மம்மு பப்பு மம்மு சாப்பிடலாம்.'
இயற்பியல் விதிகளின் புண்ணியத்தில்
எப்படியோ சாப்பிட்டு முடித்தபின்,
என் முதுகை நீவிய சிறுவன்
'புஜ்ஜு புஜ்ஜு' என்றான் என் அம்மாவின் குரலில்.
தலைசுற்றிக் கொண்டு மயங்கத் தொடங்குகையில்
தலையணை தந்து,
'கண்ணை மூடி லோலிலோ' என்றனர் மூவரும்.
புதிய தலைமுறைகளுக்கான
சொற்களை உருவாக்கும்
சிந்தனையாளன் உலவும்
அவ்வீட்டில் நுழைந்து
சுயநினைவோடு திரும்ப உதவக்கூடும்
அவர்களின் குடும்ப நிகண்டு.
பயிற்சி தர இருக்கவே இருக்கிறார்
நூலாசிரியர் வாண்டு.

24.05.2010

தொழில்நுட்பம்

தொழில்நுட்பப் பூங்காக்களின்
கண்ணாடிக் கட்டிடச் சுவர்களை
கயிற்றில் தொங்கிச் சுத்தம் செய்பவன்,
ஓவர்டைமில்
முகம்திருத்தி அனுப்பி வைக்கிறான்
வீடுதிரும்பும் சூரியனை.

26.04.2010

பேசாத முத்தம்

எப்போதும் வாய்விட்டுப் பேசிடாத
உன் நேயத்தைப் போல்
உவப்பளிக்கும் ஒரு முத்தமிடு - நான்
உறங்கிக் கொண்டிருக்கையில்.
ரகசியத்தில் ஒளித்து வை - அந்த
முத்தத்தின் சுவையை
எப்போதும்.

16.08.2010

மிச்சமிருக்கிறது சூரியன்

அணில் கொறித்துக் கொண்டிருந்தது
வெயிலை -
மரம் பார்த்துக் கொண்டிருந்தது.

24.05.2010

ரகசிய வாசல்கள்

யாராரோ அறியக் கிடைத்தபின்னும்,
நான் நம்புதற்கில்லை
உன் ரகசியங்கள் ஏதும்
என்னிடத்தில் இருப்பதாய்.

தடயங்களை அழிப்பது வீண் வேலை.
உன் ரகசியத்தின் வாசல்கள்
பலவீனமானவை
எப்போதும் திறந்திருப்பவை.
அவற்றை என்னால்
காவல் செய்ய இயலாது.

அன்பு ஒன்றைத் தவிர
யாதொரு பயனுமில்லை
என் சொல்லிலும் செயலிலும்.

உள்ளே என்னை அனுமதிக்காதிருக்க
யோசிக்க சாத்தியமான வாய்ப்புகள் உள்ளன.
உன் உலகத்தில் எனக்கோர் இடம்
உனக்கெப்போதும் ஆபத்துதான்!

26.04.2010

நீல நிறக் கனவு

நிலைக் கண்ணாடி பிரதிபலித்த
நீல இரவு விளக்கின் ஒளியைக்
குறுக்கே கடந்த போது என்
நிழலைப் பார்த்தேன்.
பார்த்தவாறே சென்று படுக்கையில் துயின்றேன்.
என் நீல நிறக் கனவில் வந்தன
பல வண்ண நிலாக்கள்.

06.07.2008

காக்கை விடு தூது

கலைந்து போன தலையோடு
காலையிலேயே அவசரமாய் வந்த காகம்
வீட்டு வெளிச் சுவரில் அமர்ந்து
விருந்தினர்கள் வருவார்கள் எனக் கரைந்தது.
வெளியே செல்கிறோம்
நீ போய் நிறுத்திவிடு - என்று சொன்னேன்.
காபி தந்து அனுப்பலாம் என நினைக்கையில்
பறந்து சென்று விட்டது - பாவம்,
தூது சொல்ல வந்த காகம்.

14.09.2008

கோடை விளையாட்டு

வெயிலோடு
கண்ணாமூச்சி ஆடும்
வேப்ப நிழல்.

08.11.2008

காரணமல்லாத காரணம்

உன்னிடம் நான் விலகிச் செல்ல
ஒரு காரணமும் இல்லை
'உன்னிடம் நான் விலகிச் செல்ல
ஒரு காரணமும் இல்லை'
என்பதைத் தவிர.

12.11.2008

கனவில் வந்த தூக்கம்

எப்போதும் துயிலும்
என் அறையில்தான்
நேற்றும் துயின்றபோது
என் மென்கனவில் வந்தது
நான் எப்போதும் துயிலும் அறை.
என் தூக்கம் கனவா, நிஜமா?
குழப்பம் தெளியாது
தூங்க முயற்சித்தேன்
இன்னும் கொஞ்சம்.

27.12.2008

என் கோப நிலா

தற்செயலாய்
வானம் பார்க்க நேர்ந்த
மூன்றாம்பிறை நாளில்
என்னைக் கண்டதும்
தென்னங் கீற்றுகளின்
பின்னோடி - மேகத்தில்
முகம் மறைத்தபோதுதான்
நினைவெழுந்தது
'நிலா பார்த்து நெடுநாளாயிற்று'.

09.03.2009

தீராத் தேடல்

ஒரு முகம் தேடி
ஓயாமல் அலைகிறது
கோடைகள் தோறும் வெயில்.

இன்றும் கூட - ஒரு
தென்னங்கீற்றின்
முன் தின மழைத் துளியில்
தொடங்கிய பயணத்தில்
முன்பகலில் இளைப்பாறிக்கொண்டிருந்தது
மூங்கில் இலை நுனியில் - பின்
மெல்ல உருகத் தொடங்கியது - ஒரு
குயிலின் கானம்.

குரலின் முகம் தேடி
தகித்து எரித்து
அலைந்து களைத்து
உறங்கத் தொடங்கிய வெயிலின்
உறங்கா கேள்வி:
'அத்துவானக் காட்டில்
யாருக்கிந்த தாலாட்டு?'

கோடைகள் முடிந்தாலும் - இந்தக்
குயில்களுக்கு ஓய்வில்லை
நீ அறியாயோ வெண்வெயிலே!

29.04.2009

பொன்மாலைப்பொழுது...

சில வண்ணத்துப்பூச்சிகள் அமர்ந்திருக்கின்றன.
சில வண்ணத்துப்பூச்சிகள் பறந்து செல்கின்றன.
ஆரஞ்சு நிற வண்ணத்துப்பூச்சி ஒன்று
தாழப் பறக்கிறது.
அரைவெள்ளை வண்ணத்துப்பூச்சி
மேலெழும்பி வருகிறது.
இளமஞ்சள் சிறகுகள்
காற்றில் நிறைகின்றன.
உலகமே வண்ணத்துப்பூச்சி மயமாகிவிட்டது.
சில வண்ணத்துப்பூச்சிகள்
ஓடித் திரிகிற பூங்காவில்.

05.02.2010

நதி நிலவு

சூல் வளைகளைச்
சுமந்தோடும் நதியலை மேல்
தன் கடைசி முத்திரையைப் பதிக்கிறது
சுடலையில் ஆடும் தழலின் பிம்பம்.
பார்த்துக் கொண்டிருந்த பௌர்ணமி நிலவு
நெருப்போடு நிற்பதும்
வளையோடு நடப்பதும்தான்
பிரபஞ்ச ரகசியம்.

24.05.2010

நட்சத்திரக் கதைசொல்லி

அனுபவங்கள் எல்லாம்
ஆகாயத்தில் மின்னுவதாக
அறியாமல் சொல்லிவிட்டான் ஒருநாள் - என்
நச்சரிப்பு தாங்காமல் பின்
நாளொரு கதைசொல்லத் தொடங்கினான்
நட்சத்திரக் கதைசொல்லி.
அதில் யாதொரு கதையும்
இடம்பெறவில்லையாம் இன்னும்
ஆகாய விண்மீன் கூட்டத்தில்.

17.07.2010

மரமகள்

அதிகமாக வளரவேண்டுமென
ஆசை கொண்டிருந்தவள்
அடர்வனத்துள் ஓர்நாள்
வழிதவறித் தொலைந்துவிட்டாள்.
ஆகாயம் தொடும் விருட்சங்கள் கண்டு
அதிசயித்து நின்றவளை
அதன்பின் வளர்த்துவருகின்றன
அம்மரங்களே இப்போது.
அருகினிலே வருகின்றது -
அம்மரங்களின் தலையினில் ஏறிநின்று
அவள் உலகினை விளிக்கும் நாள்.

20.09.2010

கலாப்ரியாவின் தாலாட்டு

புதிய ஊருக்கு இடம் மாறிச் செல்கையில்
நினைவின் தாழ்வாரங்கள் வாசித்தபடி சென்றேன்.
சொந்த ஊர் குறித்த
ஞாபக வீட்டின் கதவுகள்
திறந்துகொண்டன.
தமிழ்ச்சங்கம் தெருவான
சொக்கலிங்க முடுக்குத் தெருவில் இறங்கி
வளவுப் பிள்ளைகளோடு
தொட்டுப்பிடித்து விளையாடி
தோற்றுப் போன சடவு தீர
நினைவின் தாழ்வாரங்களில் தலை வைத்து
கனவின் தாழ்வாரங்களில் உறங்கத் தொடங்கினேன்.
மிச்ச பயணம் முழுதும்
எனைத் தாலாட்டிக் கொண்டு வந்தது
ரயிலோ கலாப்ரியாவோ
நானறியேன் புதுநகரே...

20.09.2010

வெந்து தணிந்தது

கூட்டம் குறைந்த ஞாயிறு மதியம்
குட்டிப்பெண்ணோடு ஸ்பென்சர் ஷாப்பிங்.
எஸ்கலேட்டரில் ஏறி இறங்கி
விளையாடி அலுத்து
வேலை முடியுமுன்னே
வீட்டுக்குப் போக அடம்பிடித்தவளிடம்
நான் பிறந்த நாளன்று
ஸ்பென்சர் ப்ளாஸா
தீப்பற்றிக்கொண்ட கதையைச் சொன்னேன்.
ஷாப்பிங் முடிந்து அன்று
வெளியேறும் வழிமறந்து
வெகுநேரம் சுற்றியலைந்தபின்
ஃபயர் எக்ஸிட் வழியாக - என்
விரல்பிடித்து வெளியே அழைத்துவந்தாள்
தண்ணீராகத் துள்ளித் திரியும் சிறுமகள்.

கல் தவளை

கைவிரல்களால் இறுகப் பற்றி
ஓடும் நீரில் சுழற்றி எறிந்தேன்.
என்னைப் பார்த்துச் சிரித்துக்கொண்டே
தண்ணீரில் துள்ளிச் சென்று
எதிர்க் கரையில்
ஏறி மறைந்தது
தட்டைக் கல்லில் ஒளிந்திருந்த தவளை.

27.09.2010

காட்சிப் பிழை

சமீபத்தில் வெளியான
புதிய திரைப்படத்தில்
முதன்முறை
லைட்மேனாக இயங்கியவன்
உறவினர்களை அழைத்துக்கொண்டு
படம் பார்க்கச் சென்றான்.
எந்தத் திரையரங்கிலும் காட்டப்படவில்லை
கடைசிக் காட்சிக்குப் பிறகு
காண்பிக்கப்படும் பெயர்ப்பட்டியல்.
ஒரு திருட்டு வி.சி.டி. வாங்கி
கடைசிக் காட்சியிலிருந்து போட்டுக்காட்டினான்
அத்திரைப்படத்தை.
அவன் உறவினர் வீடுகளுக்குப்
பயணித்துக் கொண்டிருக்கிறது இபபோது
கடைசிக் காட்சியிலிருந்து துவங்கும்
அப்படத்தின் வி.சி.டி.